ಆವಕಾಡೊ ಎಂಬ ಆಮೆ

ಮುಗ್ಧತೆಯ ಪ್ರತಿರೂಪ

Story by

Kiara Shankar
Vinay Shankar

D9900081

Translation by:

Chandana Venkatesh.

Illustrated by:

Avantika Mishra

ISBN (Kannada Edition):
978-1-950263-59-2 (eBook)
978-1-950263-60-8 (Paperback)

ISBN (English Edition):
978-1-950263-33-2 (eBook)
978-1-950263-34-9 (Paperback)
978-1-950263-35-6 (Hardcover)
978-1-950263-04-2 (Audiobook)

First Edition: Apr 2022. Published by VIKI Publishing®, San Francisco, California, USA.

Story by Kiara Shankar & Vinay Shankar.
Illustrated by Avantika Mishra.
Translation by Chandana Venkatesh

Copyrightville

VIKI Publishing®

www.vikipublishing.com

ಆವಕಾಡೂ ಎಲ್ಲರಂತಿದ್ದ ಆಮೆಯಲ್ಲ.

ಎಲ್ಲಾರಿಗಿಂತಲೂ ವಿಭಿನ್ನ ಮತ್ತು ಸ್ನೇಹಪರವಾಗಿದ್ದ
ಆವಕಾಡೊಳನ್ನ ನೋಡಿ,
ಉಳಿದ ಆಮೆಗಳೆಲ್ಲವೂ ಅವಳಿಗೆ
"ನೀನು, ಈ ಕುಲಕ್ಕೆ ಅವಮಾನ"
ಎಂದು ದೂಷಿಸುತ್ತಿದ್ದರು.

ಯಾವ ಆಮೆಯು ಆಹಾರದ ಅಥವಾ
ಹಣ್ಣುಗಳ ಹೆಸರನ್ನು ಇಟ್ಟುಕೊಂಡಿರುವುದಿಲ್ಲ.
ಉಳಿದ ಆಮೆಗಳು ಫ್ರ್ಯಾಂಚೆಸ್ಕಾ,
ಟೆರ್ರಿ ಎಂಬ ಹೆಸರಿವನಾಗಿದ್ದವು.
ಆದರೆ, ಆವಕಾಡೊ ಮಾತ್ರ ಅವರಂತೆ ಇರಲ್ಲಿಲ್ಲ.

ಆಮೆಗಳಾವು ಕೂಡ ತಮ್ಮ ಚಿಪ್ಪುಗಳಿಂದ
ಹೊರ ಬರಲು ಇಚ್ಛಿಸುತ್ತಿರಲ್ಲಿಲ್ಲ.
ಆದರೆ, ಆವಕಾಡೊಳ ವಿಭಿನ್ನ ಗುಣಗಳು
ಮಾತ್ರ ಅವಳನ್ನು ತನ್ನೊಳಗೆ ಮಾತ್ರ ಇರಲು
ಬಿಡುತ್ತಿರಲ್ಲಿಲ್ಲ.

ಸದಾ ನಿಶಬ್ದವಾಗಿ ಮತ್ತು ಯಾರೊಂದಿಗು ಮಾತನಾಡಲು ಇಚ್ಛಿಸದ ಆಮೆಗಳ ಪೈಕಿ, ಭಿನ್ನವಾಗಿ ಯೋಚಿಸುವ ಆವಕಾಡೊ ಮಾತ್ರ ಎಲ್ಲರೊಂದಿಗೂ ಬೆರೆಯಲು ಇಚ್ಛಿಸುತ್ತಿದ್ದಳು.

ಆವಕಾಡೊ ಸ್ನೇಹಪರ ಜೀವಿಯಾದ ಕಾರಣ,
ಯಾರೊಬ್ಬರು ಅವಳೊಂದಿಗೆ ಮಾತನಾಡಲು
ಅಥವಾ ಆಟವಾಡಲು ಬರುತ್ತಿರಲ್ಲಿಲ್ಲ.
ಇದರಿಂದ ಬೇಸತ್ತ ಆವಕಾಡೊ ತನ್ನನ್ನು ತಾನು
ಬದಲಿಸಿಕೊಳ್ಳಲು ಇಚ್ಛಿಸಿದಳು.

ಇದ್ದಕ್ಕಿದ್ದಂತೆ ಒಂದು ದಿನ, ಎಲ್ಲವೂ ಬದಲಾಯ್ತು. ಉಳಿದ ಆಮೆಗಳೆಲ್ಲ ಆವಕಾಡೊಳನ್ನು ಅವಳಿದ್ದ ಜಾಗದಿಂದ ಹೊರ ನಡೆಯುವಂತೆ ಮಾಡಿದವು. ಮತ್ತೆಂದಿಗೂ ಮರಳಿ ಬಾರದಂತೆ ಎಚ್ಚರಿಕೆ ನೀಡಿದವು.

ಇದರಿಂದ ಆವಕಾಡೊಳಿಗೆ ಮನೆಯಿಲ್ಲದಂತಾಯಿತು.
ಮಾತನಾಡಲು ಕೂಡ ಯಾರು ಇಲ್ಲದಂತಾದರು.
ಒಬ್ಬಂಟಿತನದಿಂದ ದುಃಖಿತಳಾಗಿ,
ಇದೇ ಮೊದಲ ಬಾರಿಗೆ ತನ್ನ ಚಿಪ್ಪಿನೊಳಗೆ
ನುಸುಳಿಕೊಂಡಳು. ಮತ್ತು ಬೇಸರದಿಂದ
ಹೊರ ಬರಲೇ ಇಲ್ಲ.
ಆದರೆ, ಇದ್ದಕ್ಕಿದಂತೆ ಯಾರೊ ಬಂದು ಅವಳ
ಚಿಪ್ಪನ್ನು (ರಕ್ಷಾಕವಚ) ಬಡಿದರು.

Hello?
Hello?

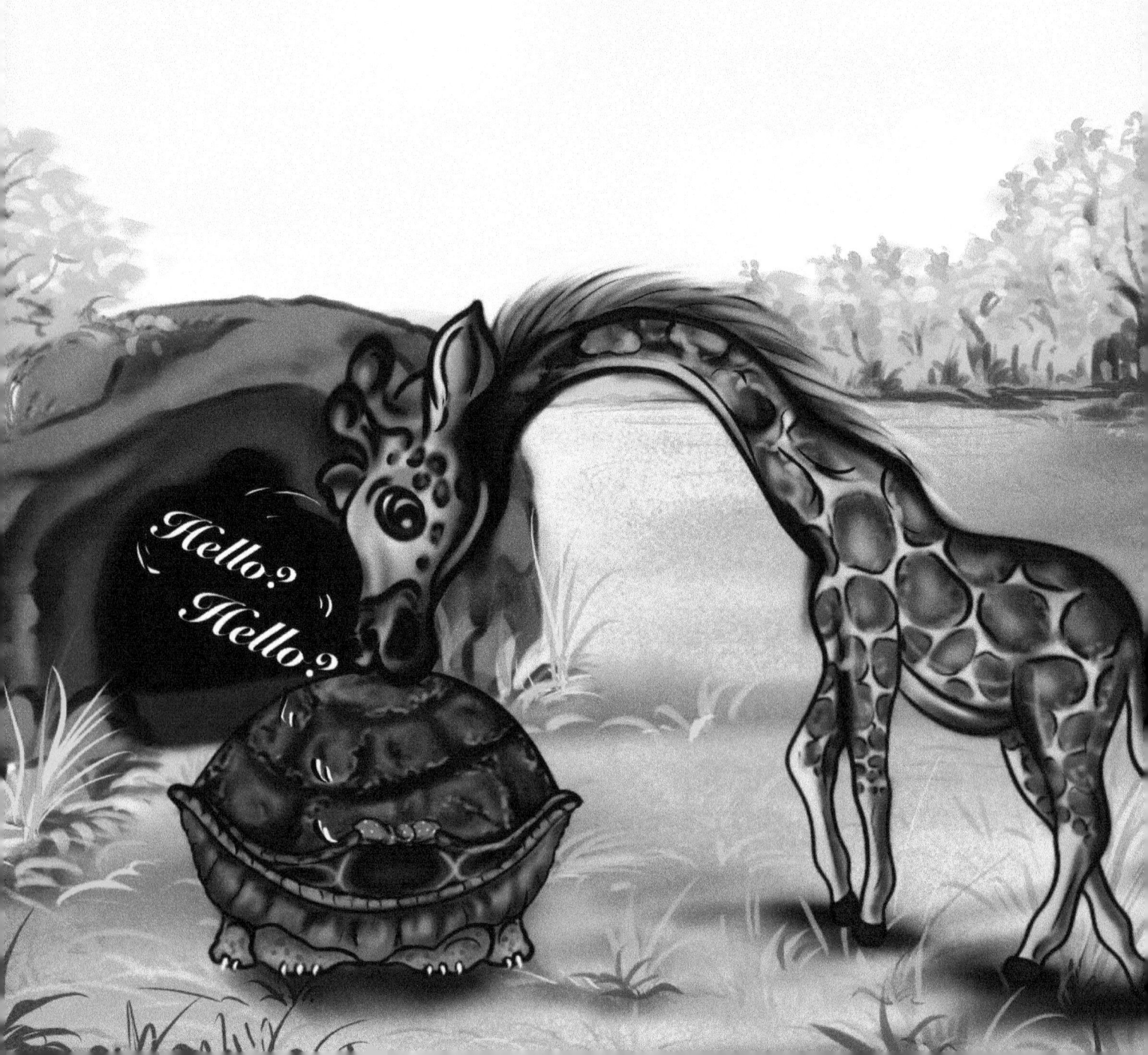

"ಹೆಲೋ? ಹೆಲೋ?"

ಸ್ನೇಹಪರ ಧ್ವನಿಯೊಂದು ಕೇಳಿ ಬಂತು.

ಸ್ನೇಹಪರ ದ್ವನಿಯನ್ನು ಕೇಳಿದ
ಆವಕಾಡೊ ಚಿಪ್ಪಿನಿಂದ ಹೊರಬಂದಳು.
ಹೊರ ಬರುತ್ತಿದ್ದಂತೆ ಜಿರಾಫೆಯೊಂದನ್ನು ಕಂಡಳು.
ಆದರೆ, ಆಮೆಗಳೆಲ್ಲವೂ ಮಾಡಿದ್ದನ್ನು
ನೆನೆಸಿಕೊಂಡು ಇವಳು ಜಿರಾಫೆಯೊಂದಿಗೆ
ಮಾತನಾಡಲ್ಲಿಲ್ಲ.

"ನೀನ್ಯಾಕೆ ನನ್ನ ಜೊತೆ ಮಾತನಾಡ್ತ ಇಲ್ಲ?"
ಎಂದು ಜಿರಾಫೆ ಕೇಳಿತು.

ಆವಕಾಡೊ ಮಾತನಾಡದೆ ಇರಲು
ಪ್ರಯತ್ನಿಸಿದಳು. ಆದರೆ, ಅವಳಿಂದ
ಅದು ಸಾಧ್ಯವಾಗಲ್ಲಿಲ್ಲ.
ಇದೇ ಮೊದಲನೆ ಸಲಾ ಒಬ್ಬರು
ಅವಳೊಟ್ಟಿಗೆ ಮಾತನಾಡಲು ಬಯಸುತ್ತಿರುವಾಗ
ಮೌನಿಯಾಗಲು ಅವಳಿಂದ ಅಸಾಧ್ಯವಾಯಿತು.

ಆಮೆಗಳು ಅವಳನ್ನು ದೂರ ಮಾಡಿದ
ಬಗ್ಗೆ ಮತ್ತು ಅವುಗಳ ನಿಯಮಗಳ
ಬಗ್ಗೆ ಎಲ್ಲವನ್ನು ಜಿರಾಫೆಗೆ ಹೇಳಿದಳು.
ಆವಕಾಡೊಗೆ ಮತ್ತೆಂದಿಗೂ ತಿರುಗಿ
ಬಾರದಂತೆ ಆಮೆಗಳು ಹೇಳಿದ್ದನ್ನು ಕೇಳಿದ
ಜಿರಾಫೆ ಅಲ್ಲಿಂದ ಹೊರ ನಡೆಯದೆ,
ಅಲ್ಲೆ ಅವಳೊಟ್ಟಿಗೆ ಉಳಿಯಲು ನಿರ್ಧರಿಸಿತು.
ಹಾಗೆಯೆ, ಆಮೆಗಳಂತೆ ಅವಳನ್ನು ಜಿರಾಫೆ
ಒಂಟಿಯಾಗಿರಿಸಲ್ಲಿಲ್ಲ.

"ಆಮೆಗಳೆಲ್ಲ ನಿನ್ನನ್ನು ಮನರಂಜನೆಯ ವಸ್ತುವಾಗಿರಿಸಿಕೊಂಡು ಹೊರಹಾಕಿರುವುದರ ಬಗ್ಗೆ ನಾನು ಬಹಳ ವಿಷಾದಿಸುತ್ತೇನೆ. ನೀನೀಗ, ಇಲ್ಲಿರುವುದೇ ನನಗೆ ಬಹಳ ಸಂತೋಷ. ಯಾಕೆಂದರೆ, ಬೇರೊಬ್ಬರು ನಿನ್ನನ್ನು ಇಷ್ಟ ಪಡುವ ಸಲುವಾಗಿ ಯಾರೊಬ್ಬರಿಗಾಗಿಯು ಬದಲಾಗುವ ಅನಿವಾರ್ಯತೆ ನಿನಗಿಲ್ಲ. ನೀನು ನೀನಾಗಿರುವುದೇ ಸರಿ," ಎನ್ನುತ್ತಾ ಜಿರಾಫೆ ಆವಕಾಡೊಳಿಗೆ ಅಪ್ಪುಗೆಯನ್ನು ನೀಡಿದ. "ಅಂದಹಾಗೆ ನನ್ನ ಹೆಸರು ನಿಂಬೆರಸ (ಲೆಮೊನೆಡ್). ನೀನು ನನ್ನನ್ನ ನಿಂಬೆ  ಅಂತ ಕರಿಯಬಹುದು. ನಾನು ನಿನ್ನ ಆತ್ಮೀಯ ಸ್ನೇಹಿತನಾಗಲು ಬಯಸುತ್ತೇನೆ. ಯಾಕೆಂದರೆ, ನೀನು ಸ್ನೇಹಪರವಾಗಿರುವವಳು ಹಾಗೂ ನಿನ್ನ ಮಾತುಗಳು ನನಗಿಷ್ಟ. ನಿನ್ನೊಂದಿಗೆ ಮಾತನಾಡಲು ಖುಷಿ ಎನಿಸುತ್ತಿದೆ. ಈ ವಿಷಯವಾಗಿ ಯಾವ ಆಮೆಗಳು ನಿನ್ನನ್ನು ನಿಂದಿಸಲೇಬಾರದು." ಎಂದನು.

ತನ್ನನ್ನು ಎಲ್ಲರೂ ಇಷ್ಟ ಪಡುವಂತೆ ತಾನು ಮಾತನಾಡುತ್ತೇನೆ ಎಂಬುದನ್ನು ಆವಕಾಡೊ ಒಪ್ಪದಿದ್ದರೂ, ಜಿರಾಫೆಯ ಸ್ನೇಹವನ್ನು ಬಯಸಿದಳು.

ಜಿರಾಫೆ ಅವಳಿಗೆ ಹೊರ ಜಗತ್ತನ್ನು ತೋರಿಸಿದ. ಮತ್ತು, ತನ್ನ ಸ್ನೇಹಿತರಾದ ಬೇಕನ್ (ಹಂದಿಮರಿ) ಮತ್ತು ಜೇನು (ಜೇನು ನೊಣ) ಇಬ್ಬರಿಗೂ ಇವಳನ್ನು ಪರಿಚಯಿಸಿದ.

ಜಿರಾಫೆಯ ಸ್ನೇಹಿತರೂ ಸಹ ಆಮೆಗಳಂತೆಯೇ
ಇರಬಹುದೇನೋ ಅಂತ ಆವಕಾಡೊಳಿಗೆ
ಭಯವಾಗುತ್ತಿತ್ತು, ಆದರೆ ಅವರು ತುಂಬಾ
ಒಳ್ಳೆಯವರಾಗಿದ್ದರು ಮತ್ತು ಅವಳೊಂದಿಗೆ
ಇಷ್ಟಪಟ್ಟು ಮಾತನಾಡಲು ಬಯಸುತ್ತಿದ್ದರು.

ಆ ದಿನ ಅವರೆಲ್ಲ ಕಣ್ಣಾಮುಚ್ಚಾಲೆ ಆಟವಾಡುತ್ತಾ ದಿನವನ್ನು ಕಳೆದರು. ಇದರಿಂದ ಮೊದಲ ಬಾರಿಗೆ ಸ್ನೇಹಿತರೊಟ್ಟಿಗೆ ಕೂಡಿದ್ದ ಸಂತಸವನ್ನು ಆವಕಾಡೊ ಅನುಭವಿಸಿದಳು. 😊

ನಿಂಬೆ, ಬೇಕನ್ ಮತ್ತು ಜೇನು ಕೂಡ ಆವಕಾಡೊಳ ಗುಣಗಳನ್ನೆ ಹೊಂದಿದ್ದನ್ನು ಕಂಡು ಅವಳಿಗೆ ಇನ್ನಷ್ಟು ಖುಷಿಯಾಯ್ತು. ಆವಕಾಡೊ ಮಾಡಲಿಚ್ಛಿಸುವುದನ್ನೇ ಇವರೂ ಮಾಡುತ್ತಿದ್ದರು. ಮೊದಲೇ ಜಿರಾಫೆ ಹೇಳಿದ್ದ ಮಾತು ಆವಕಾಡೊಳಿಗೆ ಸತ್ಯವೆನಿಸಿತು. ಇಷ್ಟು ದಿನ ತಾನು ತನ್ನದಲ್ಲದ ಗುಂಪಿನಲ್ಲಿದ್ದುದ್ದರ ಅರಿವಾಯಿತು.

ಆಮೆಗಳಿಗೆ ಕರುಣೆಯಿರಲ್ಲಿಲ್ಲ ಮತ್ತು
ಅವು ಆವಕಾಡೊಳನ್ನು ಹೊರ ಹಾಕಿದ್ದವು.
ಆದರೆ, ನಿಂಬೆ, ಬೇಕನ್ ಮತ್ತು ಜೇನು
ಮತ್ತೆಂದು ಆಮೆಗಳೊಟ್ಟಿಗೆ ಹೋಗಬಯಸದಂತೆ
ಆವಕಾಡೊಳಿಗೆ ಸ್ನೇಹವನ್ನು ನೀಡಿದವು.

ಆವಕಾಡೊಳಿಗೆ ನಿಂಬೆ ಹೇಳಿದ ಮಾತಿನ
ಅರಿವಾಯಿತು. ನಿಂಬೆಯ ಸ್ನೇಹಿತರೊಟ್ಟಿಗೆ
ಸಂತೋಷದ ಕ್ಷಣಗಳನ್ನು ಕಳೆದಳು.
ಆದರೆ, ಆಮೆಗಳು ಮಾಡಿದ್ದನ್ನು ನೆನೆದು
ಬೇಸರಿಸಿಕೊಂಡಳು.

ಆಮೆಗಳು ತಮ್ಮದೆ ಮಾರ್ಗವನ್ನು ಹೊಂದಿದ್ದವು.
ಆ ಮಾರ್ಗ ಅವುಗಳು ಬದುಕುತ್ತಿದ್ದ ಹಾಗೆಯೇ ಇತ್ತು.
ಆಹಾರದ ಅಥವಾ ಹಣ್ಣುಗಳ ಹೆಸರಿಟ್ಟುಕೊಡರೂ
ಯಾವ ತಪ್ಪಿಲ್ಲ, ತನ್ನ ಚಿಪ್ಪಿನೊಳಗಿಂದ
ಹೊರಬರುವುದರಲ್ಲೂ ಯಾವ ತಪ್ಪಿಲ್ಲ,
ಜೋರಾಗಿ ಮನತೃಪ್ತಿಯಿಂದ ಹಾಡುವುದರಲ್ಲೂ ಯಾವ
ತಪ್ಪಿಲ್ಲ, ಎಲ್ಲರೊಟ್ಟಿಗೆ ಬೆರೆತು ಮಾತನಾಡಿದರೂ ಸಹ
ಯಾವ ತಪ್ಪಿಲ್ಲ. ಉಳಿದವರು ಏನೇ ಭಾವಿಸಿದರೂ,
ಏನೇ ನಿಂದಿಸಿದರೂ, ಯಾರ ನಿಂದನೆಗೂ ಮಣಿಯದೆ ನಾವು
ನಾವಾಗಿರುವುದು ಹಾಗೂ ಸ್ನೇಹಜೀವಿಯಾಗಿರುವುದು
ಬಹು ಮುಖ್ಯ. ಹಾಗಾಗಿಯೇ, ಆವಕಾಡೊ ಎಲ್ಲರಂತಾಗದೆ
ಪರರಿಗೆ ಹೋಲಿಸಲಾಗದ ಮುಗ್ಧತೆಯ ಪ್ರತಿರೂಪವಾಗುತ್ತಾಳೆ.

> **"** ಪರರು ನಿಮ್ಮನ್ನು ತಿರಸ್ಕರಿಸಿದರು ಕೂಡ,
> ನೀವು ನೀವಾಗಿ ಇರುವ ಕ್ಷಣವನ್ನು ಅನುಭವಿಸಿ. **"**

- ಆವಕಾಡೊ

ಲೇಖಕರ ಕುರಿತು

ಕಿಯಾರಾ ಶಂಕರ್, ಸ್ಯಾನ್ ಫ್ರಾನ್ಸಿಸ್ಕೋ, ಕ್ಯಾಲಿಫೋನಿಯ, ಅಮೇರಿಕಾದ ಮತ್ತು ಭಾರತೀಯ ಮೂಲದ ಹದಿನಾಲ್ಕು ವರ್ಷದ ಪ್ರತಿಭಾನ್ವಿತ ಕಥೆಗಾರ್ತಿ ಮತ್ತು ಗೀತರಚನೆಗಾರ್ತಿ. ಪುಸ್ತಕ ಬರೆಯುವುದನ್ನು ಹೊರತು ಪಡಿಸಿ, ಕಿಯಾರಾಗೆ ಓದುವುದು ಮತ್ತು ಕಲಾಕೃತಿಗಳ ರಚನೆಯ ಬಗ್ಗೆಯು ಒಲವು ಮತ್ತು ಆಸಕ್ತಿಯಿದೆ. ಇವರ ಮೊದಲ ಪುಸ್ತಕ - Primrose's curse. ಇವರಿಗೆ ಹನ್ನೆರಡು ವರ್ಷವಿರುವಾಗಲೆ ಈ ಪುಸ್ತಕವು ಇಂಗ್ಲೀಷ್, ಸ್ಪ್ಯಾನಿಷ್, ಚೈನೀಸ್,ಹಿಂದಿ ಮತ್ತು ಕನ್ನಡ ಮುಂತಾದ ಭಾಷೆಗಳಲ್ಲಿ ಪ್ರಕಟವಾಗಿದೆ.

ಕಿಯಾರಾಳ ತಂದೆ ವಿನಯ್ ಶಂಕರ್ ರವರು ವೃತ್ತಿಪರ ಸಾಫ್ಟ್‌ವೇರ್ ಇಂಜಿನಿಯರ್ ಆಗಿದ್ದು. ತಮ್ಮ ಮಗಳ ಸೃಜನಶೀಲ ಬರವಣಿಗೆಯ ಪ್ರತಿಭೆಯನ್ನು ಕಂಡು, ಅದರಿಂದ ಪ್ರೇರಣೆಗೊಂಡು ಮಗಳ ಬರವಣಿಗೆಯಲ್ಲಿ ಜೊತೆಯಾಗಿದ್ದಾರೆ. ಈ ತಂದೆ ಮಗಳ ಜೋಡಿಯು ಹೊಸ ಆಲೋಚನೆಗಳನ್ನು ವಿಭಿನ್ನ ಶೈಲಿಯಲ್ಲಿ ಸೃಷ್ಟಿಸಿದ್ದಾರೆ. ಅದಷ್ಟೆ ಅಲ್ಲದೆ, ಇವರಿಬ್ಬರು ಸಾಹಿತ್ಯ ರಚಿಸಿರುವ ಪಾಪ್ ಹಾಡುಗಳನ್ನು ಗಾಯಕರಾದ- ಪ್ರೈಮ್ರೋಸ್ ಫೆರ್ನೆಟ್ಟೈಸ್, ಫ್ರ್ಯಾಂಚೆಸ್ಕಾ ಶಂಕರ್, ಮಾರ್ಲಾ ಮಾಲ್ವಿನ್ಸ್, ವಿನ್ ಕೂಪರ್, ಸ್ಪಾಟ್ಜ್ ದಿ ಫ್ರೆಂಚಿ ರವರುಗಳು ಹಾಡಿದ್ದು, ಆ ಹಾಡುಗಳನ್ನು ಸ್ಪಾಟಿಫೈ (Spotify), ಆಪಲ್ ಮ್ಯೂಸಿಕ್(Apple music), ಯ್ಯೂಟ್ಯೂಬ್ ಮ್ಯೂಸಿಕ್, ಅಮೆಜಾನ್ ಮ್ಯೂಸಿಕ್(Amazon music), ಡೀಜರ್ (Deezer) , ಮುಂತಾದ ಹಲವು ಆನ್‌ಲೈನ್ ಸಂಗೀತ ಸ್ಟ್ರೀಮಿಂಗ್ ಪ್ಲಾಟ್‌ಫಾರ್ಮ್‌ಗಳಲ್ಲಿ ಕೇಳಬಹುದು.

Learn more at publisher's website: www.vikipublishing.com

VIKI Publishing®

A place where ideas become reality!

Books | Music | Games | Branded Merchandise

Coming Soon

! For Intelligent Kids Only

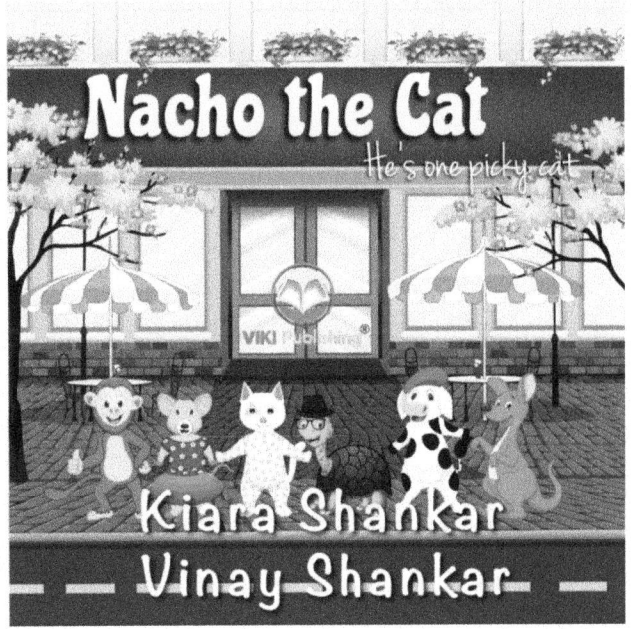

Learn more at: www.vikipublishing.com